Contents

Page

The Body and Clothes

身 體 和 服 裝

shēn tī hé fú zhuāng

ankle
踝
huái

apron
圍 裙
wéi qún

arm
臂
bì

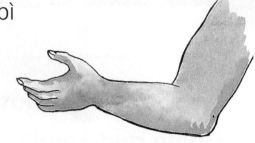

back
背
bèi

badge
徽 章
huī zhāng

belt
腰 帶
yāo dài

4

blouse
罩衫
zhào shān

cap
便帽
biàn mào

boots
靴子
xuē zǐ

cardigan
開襟羊毛衫
kāi jīn yáng
máo shān

buckle
皮帶扣環
pí dài kòu
huán

cheek
面頰
miàn jiá

buttons
鈕扣
niǔ kòu

chest
胸膛
xiōng táng

chin
下巴
xià ba

coat
外套
waìi tào

dress
服裝
fù zhuāng

ear
耳朵
ěr duo

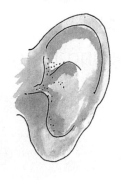

earring
耳環
ěr huán

elbow
肘部
zhǒu bù

eye
眼睛
yǎn jing

eyebrow
眉毛
méi máo

face
臉
liǎn

finger
手指
shǒu zhì

foot
腳
jiǎo

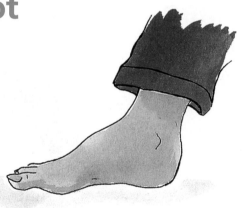

glasses
眼鏡
yǎn jing

gloves
手套
shǒu tào

hair
頭髮
tóu fà

hand
手
shǒu

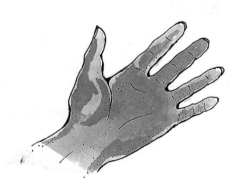

handkerchief
手帕
shǒu pà

hat
帽 子
mào zi

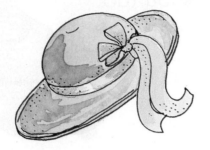

head
頭
tóu

helmet
頭 盔
tóu kuí

jacket
茄 克 衫
jiā kè shān

jeans
牛 仔 褲
niú zǎi kù

jumper
套 領 罩 衫
tào lǐng
zhào shān

knee
膝 蓋
xī gài

laces
鞋 帶
xié dai

leg

腿

tuǐ

neck

脖子

bó zi

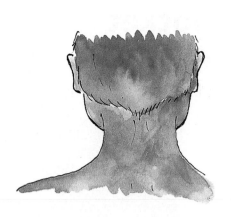

lips

唇

chún

necklace

項圈

xiàng juàn

mouth

嘴

zuǐ

nightdress

睡衣

shuì yī

nail

指甲

zhì jiǎ

nose

鼻子

bí zi

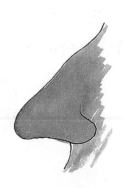

pocket
衣袋
yī dài

purse
錢包
qián bāo

pyjamas
睡衣褲
shuì yī kù

ring
戒指
jiè zhi

sari
莎麗服
shā lì fù

scarf
圍巾
wéi jin

shalwar
寬褲
kuān kù

shirt
男襯衫
nán chèn shān

shoes
鞋 子
xié zǐ

sock
短 襪
duǎn wà

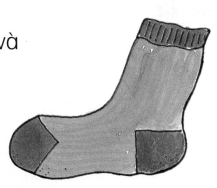

shorts
短 褲
duǎn kù

sweatshirt
長 袖 運 動 衫
cháng xiù yùn dòng shān

shoulder
肩 膀
jiān bǎng

swimsuit
游 泳 衣
yóu yǒng yī

skirt
裙 子
qún zǐ

teeth
牙 齒
yá chǐ

thumb
拇 指
mu zhǐ

trainers
運 動 鞋
yùn dòng xié

tie
領 帶
lǐng dài

trousers
長 褲
cháng kù

tights
棉 毛 褲
mián máo kù

T-shirt
襯 衫
chèn shān

tongue
舌 頭
shé tóu

tummy
肚 子
dù zi

turban
頭 巾
tóu jin

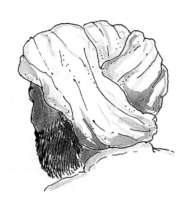

watch
手 錶
shǒu biǎo

umbrella
雨 傘
yǔ sǎn

wellingtons
惠 靈 頓 長 靴
huì líng dún
cháng xuē

uniform
制 服
zhì fú

wrist
手 腕
shǒu wàn

vest
背 心
bèi xīn

zip
拉 鍊
lā liàn

Home and Family

住 家 和 家 庭

zhù jiā hé jiā tíng

baby
嬰兒
yíng' ér

bandage
繃帶
bēng dài

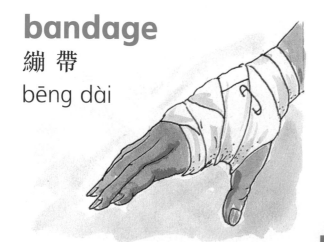

bath
洗澡
xí zǎo

battery
電池
diàn chí

bed
床
chuáng

bell
鈴
líng

book
書
shū

brother
哥／弟
gē／dì

bottle
瓶 子
píng zi

brush
梳 子
shū zi

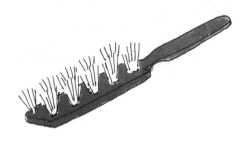

bowl
碗
wǎn

bucket
水 桶
shuǐ tǒng

boy
男 孩
nán hái

calendar
日 歷
rì lì

carpet
地毯
dì tǎn

clock
鐘
zhōng

chair
椅子
yǐ zi

cooker
炊事用具
chuī shì
yòng jù

children
孩子
hái zi

cup
茶杯
chá bēi

chimney
煙囪
yān cōng

cupboard
碗櫥
wǎn chú

curtains
窗簾
chuāng lián

cushion
墊子
diàn zi

daughter
女兒
nǚ' ér

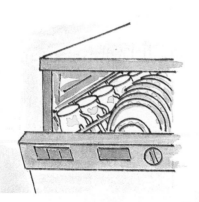

dishwasher
洗碗機
xǐ wǎn jì

door
門
mén

drawer
抽屜
chōu tì

dustbin
垃圾桶
lā jī tǒng

father
父親
fù qīn

fence
籬笆
lí bā

fire
火
huǒ

floor
地板
dì bǎn

garage
車房
chē fáng

garden
花園
huā yuán

gate
籬笆門
lí bā mén

girl
女孩
nǚ hái

glass
玻璃杯
bō lí bēi

glue
漿 糊
jiāng hú

grandfather
祖 父
zǔ fù

grandmother
祖 母
zǔ mǔ

hook
鈎
gōu

hose
水 龍 管 淺
shuǐ lóng
guǎn qiǎn

house
房 子
fáng zi

iron
電 熨 斗
diàn yùn dǒu

jug
盛 水 壺
chéng shuǐ
hú

kettle
水 壺
shuǐ hú

key
鑰 匙
yào shi

knife
刀
dāo

ladder
梯 子
tī zi

lamp
燈
dēng

lawn
草 地
cǎo dì

light bulb
電 燈 炮
diàn dēng pào

magazine
雜 志
zá zhì

man
男人
nán rén

mirror
鏡子
jìng zi

match
火柴
huǒ chái

money
錢
qián

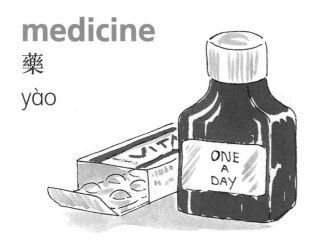

medicine
藥
yào

mother
母親
mǔ qīn

microwave
微波爐
wēi bō lú

mug
大杯
dà bēi

needle
針
zhēn

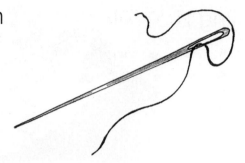

party
社交聚會
shè jiāo jù huì

newspaper
報紙
bào zhǐ

path
小道
xiǎo dào

paint
油漆
yóu qi

pencil
鉛筆
qiān bǐ

pan
平鍋
píng guō

photograph
照片
zhào piàn

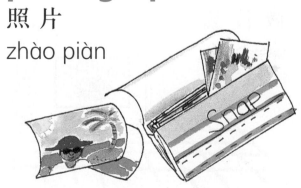

picture
圖 畫
tú huà

pillow
枕 頭
zhěn tóu

pin
大 頭 針
dà tóu zhēn

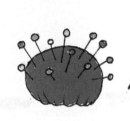

plate
碟
dié

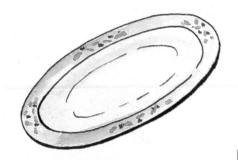

plug
電 插 頭
dián chā tóu

quilt
縫 被
féng bèi

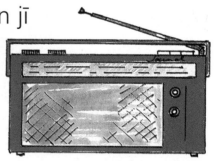

radio
收 音 機
shōu yìn jī

razor
剃 刀
tì dāo

refrigerator
冰箱
bīng xiāng

ruler
尺
chǐ

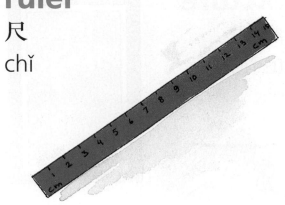

roof
屋頂
wū dǐng

saucer
淺碟
qiǎn dié

rubbish
垃圾
lā jī

scales
磅秤
bàng chèng

rug
小地毯
xiǎo dì tǎn

scissors
剪刀
jiǎn dāo

settee
長 靠 椅
cháng kào yǐ

sink
洗 滌 槽
xǐ dí cáo

shed
小 屋
xiǎo wù

sister
姐 ／ 妹
jiě ／ mèi

shelf
架 子
jià zi

soap
肥 皂
féi zào

shower
淋 浴
lín yù

son
兒 子
ér zi

25

sponge
海綿
hǎi mián

suitcase
小提箱
xiǎo tí xiāng

spoon
湯匙
tāng chí

table
桌子
zhuō zǐ

stairs
樓梯
lóu tī

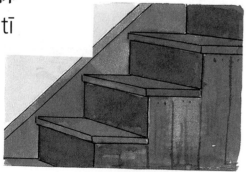

tap
龍頭
lóng tóu

stool
凳子
dèng zǐ

telephone
電話
diàn huà

television
電 視
dià n shì

tent
帳 篷
zhàng péng

tin
裝 罐
zhuàng guàn

toaster
烤 麵 包 器
kǎo miàn
bāo qì

toilet
廁 所
cè suǒ

toothbrush
牙 刷
yá shuā

toothpaste
牙 膏
yá gāo

torch
手 電 筒
shǒu diān
tǒng

towel
毛 巾
máo jīn

wedding
婚 禮
hūn lǐ

vacuum cleaner
吸 塵 器
xī chén qì

window
窗
chuāng

video recorder
電 視 記 錄 器
diàn shì jì lù qì

woman
婦 女
fù nǚ

washing-machine
洗 衣 機
xǐ yī jī

wool
羊 毛 線
yáng máo xiàn

Food and Drink

食 物 和
飲 料

shí wù hé
yǐn liào

biscuit
餅 乾
bǐng gān

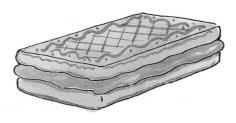

bread
麵 包
miàn bāo

apple
蘋 果
píng guǒ

butter
牛 油
niú yóu

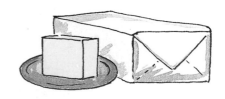

banana
香 蕉
xiāng jiāo

cabbage
包 心 菜
bāo xīn cài

cake
蛋 糕
dàn gāo

chapatti
印 度 麵 包
yìn dù miàn bāo

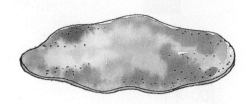

carrot
胡 蘿 蔔
hú luó bó

cheese
乳 酪
rǔ lào

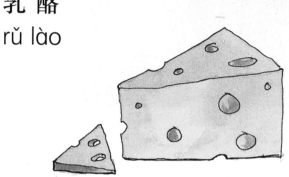

cauliflower
菜 花
cài hūa

cherry
櫻 桃
yīng táo

cereal
谷 類
gǔ lèi

chocolate
巧 克 力
qiǎo kè lì

coffee
咖啡
kā fēi

egg
雞蛋
jī dàn

cream
乳脂
rǔ zhī

fish
魚
yú

crisps
鬆脆食物
sōng cuì shí wù

flour
麵粉
miàn fěn

cucumber
黃瓜
huáng guà

grapefruit
葡萄柚
pú táo yóu

grapes
葡萄
pú táo

jam
果醬
guǒ jiàng

hamburger
漢堡
hàn bǎo

jelly
果子凍
guǒ zi dòng

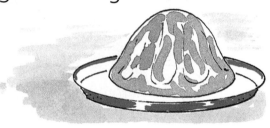

honey
蜂蜜
fēng mì

lemon
檸檬
níng méng

ice-cream
冰淇淋
bīng qí lín

lettuce
生菜
sheng cài

loaf
一條
yī tiáo

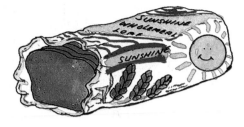

milk
牛 奶
niú nǎi

margarine
代 黃 油
dài huáng yóu

mushroom
蘑 菇
mó gū

meat
肉
ròu

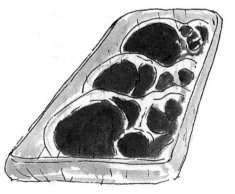

onion
洋 蔥
yáng cóng

melon
密 瓜
mì guā

orange
橙
chéng

pancake
薄 煎 餅
báo jiān bǐng

peas
豌 豆
wān dòu

pasta
麵 食 品
miàn shí pǐn

pepper
胡 椒
hú jiāo

peach
桃 子
táo zi

pickle
腌 菜
yān cài

pear
梨 子
lí zi

picnic
野 餐
yě cān

pie
餡 餅
xiàn bǐng

pop
汽 水
qi shuǐ

pineapple
風 梨
fèng lí

potato
馬 鈴 薯
mǎ líng shǔ

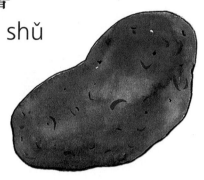

pizza
比 薩
bǐ sà

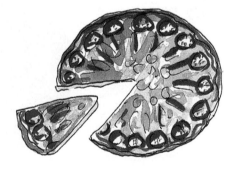

pudding
布 丁
bù dīng

plum
李 子
lǐ zi

rice
飯
fàn

salad
沙拉
shā là

salt
鹽
yán

sandwich
三明治
sān míng zhì

sauce
醬汁
jiàng zhī

soup
湯
tāng

spaghetti
細條實心麵
xì tiáo shí
xīn miàn

strawberry
草莓
cǎo méi

sugar
糖
táng

sweets
糖果
táng guǒ

tomato
蕃茄
fān qié

tangerine
小橘
xiǎo jú

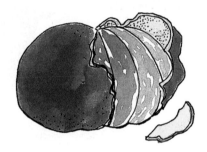

vegetable
疏菜
shū caì

tea
茶
chá

water
水
shuǐ

toast
烤麵包片
kǎo miàn
bāo piàn

yoghurt
酸乳酪
suān rǔ lào

Living Creatures

生 物

shēng wú

beetle
甲 蟲
jiǎ chóng

bird
鳥
niǎo

badger
獾
huān

butterfly
蝴 蝶
hú dié

bear
熊
xióng

camel
駱 駝
luò túo

cat
貓
māo

caterpillar
毛蟲
máo chóng

cow
牛
niú

crab
螃蟹
páng xuè

crocodile
鱷魚
è yú

deer
鹿
lù

dog
狗
gǒu

dolphin
海豚
hǎi tún

donkey
驢子
lú zi

duck
鴨
yā

eagle
老鷹
lǎo yīng

elephant
大象
dà xiàng

fish
魚
yú

fly
蒼蠅
cāng yíng

fox
狐狸
hú li

frog
蜻蛙
qīng wā

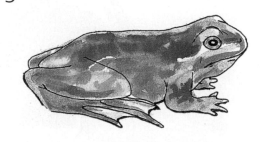

giraffe
長 頸 鹿
cháng jǐng lù

gorilla
大 猩 猩
dà xīng xīng

goat
羊
yáng

guinea-pig
豚 鼠
tún shǔ

goldfish
金 魚
jīn yú

hedgehog
蝟
wèi

goose
鵝
é

hen
母 雞
mǔ jì

hippopotamus
河馬
hé mǎ

ladybird
瓢蟲
piáo chóng

horse
馬
mǎ

leopard
豹
bào

insect
昆蟲
kūn chóng

lion
獅子
shì zi

kangaroo
袋鼠
dài shǔ

lizard
蜥蜴
xī yì

lobster
大 龍 蝦
dà lóng xiā

monkey
猴 子
hóu zi

mouse
老 鼠
lǎo shǔ

octopus
鱆 魚
zhāng yú

ostrich
駝 鳥
tuó niǎo

owl
貓 頭 鷹
māo tóu yīng

panda
小 熊 貓
xiǎo xióng māo

parrot
鸚 鵡
yīng wǔ

penguin
企 鵝
qǐ ér

rabbit
兔 子
tù zi

rhinoceros
犀 牛
xī niú

shark
沙 魚
shā yú

sheep
綿 羊
mián yáng

snail
蝸 牛
wō niú

snake
蛇
shé

spider
蜘 蛛
zhī zhū

squirrel
松鼠
sōng shǔ

swan
天鵝
tiān' ér

tiger
老虎
lǎo hǔ

tortoise
烏龜
wū guī

wasp
黃蜂
huáng fēng

whale
鯨魚
jīng yú

wolf
狼
láng

zebra
班馬
bān mǎ

Plants

植 物

zhí wū

bush
矮 樹
ǎi shù

cactus
仙人掌
xiān rén zhǎng

daffodil
黃 水 仙
húang shuǐ xiān

daisy
雛 菊 花
chú jǔ huā

flower
花
huā

forest
森 林
sen lín

grass
草
cǎo

leaf
葉
yè

root
根
gēn

rose
玫瑰
méi guì

seaweed
海草
hǎi cǎo

seed
種子
zhǒng zi

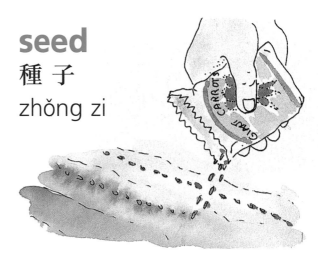

sunflower
向日葵
xiàng rì kuí

tree
樹
shù

Weather and Seasons

氣 候 和 季 節

qì hòu hé jì jié

autumn
秋 天
qiū tiān

cloud
雲
yún

flood
水 災
shuǐ zāi

fog
霧
wù

rain
雨
yǔ

rainbow
彩 虹
cǎi hóng

sky
天空
tiān kōng

snow
雪
xuě

spring
春天
chūn tiān

storm
暴風
bào fēng

summer
夏天
xià tiān

sun
太陽
tài yáng

wind
風
fēng

winter
冬天
dōng tiān

Natural Features

自 然 現 象

zì rán xiàn xiàng

desert
沙漠
shā mò

earthquake
地震
dì zhèn

cave
山洞
shān dòng

island
島
dǎo

cliff
懸崖
xiān yá

lake
湖
hú

mountain
山
shān

soil
泥土
ní tǔ

river
河
hé

volcano
火山
huǒ shān

sand
沙
shā

waterfall
瀑布
pù bù

sea
海
hǎi

waves
波浪
bō làng

Space

太空

tài kōng

moon
月亮
yuè liàng

rocket
火箭
huǒ jiàn

comet
慧星
hùi xīng

satellite
衛星
wèi xīng

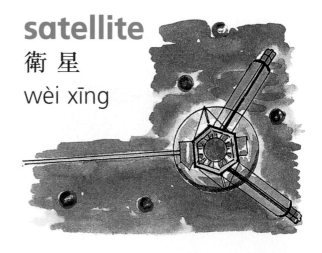

Earth
地球
dì qiú

stars
星星
xīng xīng

People at Work

工 作 人 員

gōng zuò
rén yuán

baker
麵 包 師 父
miàn bāo
shī fu

builder
建 築 工 人
jiàn zhù
gōng rén

acrobat
雜 枝 演 員
zá zhī yǎn
yuán

businessman
商 人
shāng rén

artist
藝 術 家
yì shù jiā

butcher
屠 夫
tú fū

carpenter
木 匠
mù jiang

doctor
醫 生
yī shēng

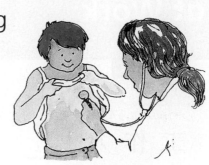

cook
廚 師
chú shi

electrician
電 工
diàn gōng

dentist
牙 醫
yá yī

farmer
農 夫
nóng fū

diver
潛 水 者
qián shuǐ zhě

fire-fighter
消 防 人 員
xiāo fáng rén yuán

fisherman
漁 夫
yú fū

lorry driver
卡 車 司 機
kǎ chē sī jī

gardener
園 丁
yuán dīng

mechanic
機 械 工
jī jìe gōng

hairdresser
理 髮 師
lǐ fǎ shì

musician
音 樂 家
yīn yuè jiā

judge
法 官
fǎ guān

nurse
護 士
hù shì

people
人民
rén mín

policewoman
女警察
nǚ jǐng chá

pilot
飛機司機
fēi jī sī jī

postman
郵差
yóu chāi

plumber
水管工
shuǐ guǎn gōng

sailor
海員
hǎi yuán

policeman
警察員
jǐng chá yuán

scientist
科學家
kē xué jiā

secretary
秘書
mì shū

train driver
火車司機
huǒ chē sī jī

shopkeeper
店主
diàn zhǔ

vet
獸醫
shòu yī

soldier
軍人
jūn rén

waiter
男侍應生
nán shì
yìng shēng

teacher
老師
lǎo shī

waitress
女侍應生
nǚ shì yìng
shēng

Places we Visit

我們可參觀的地方

wǒ men kě cān guān de dì fāng

cinema
電影院
diàn yǐng yuàn

factory
工廠
gōng chǎng

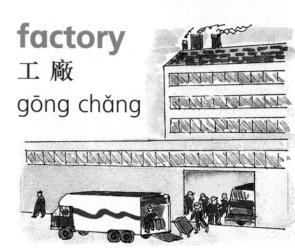

bank
銀行
yín háng

farm
農場
nóng chǎng

church
教堂
jiào táng

fire station
消防站
xiāo fáng zhàn

hospital
醫 院
yī yuàn

mosque
清 真 寺
qīng zhēn sì

hotel
旅 館
lǚ guǎn

museum
博 物 院
bó wù yuàn

library
圖 書 館
tú shū guǎn

office
辦 公 室
bàn gōng shì

market
市 場
shì chǎng

park
公 園
gōng yuán

police station
警察局
jǐng chá jú

school
學校
xué xiào

post office
郵政局
yóu zhèng jú

shop
商店
shāng diàn

queue
排隊
pái duì

sports centre
運動中心
yùn dòng zhōng xīn

restaurant
餐館
cān guǎn

supermarket
超級商場
chāo jí shāng chǎng

Transport and Communications

運 輸 和 交 通

yùn shū hē
jiāo tōng

ambulance
救 護 車
jiù hù chē

balloon
汽 球
qì qiú

aeroplane
飛 機
fēi jī

barge
泊 船
bó chuán

airport
飛 機 場
fēi jī chǎng

bicycle
腳 踏 車
jiǎo tà chē

boat
船
chuán

bridge
橋
qiáo

bus
巴 士 車
bā shì chē

canoe
獨 木 舟
dú mù zhōu

car
汽 車
qì chē

caravan
大 篷 車
dà péng chē

car park
停 車 場
tíng chē
chǎng

coach
長 途 公 共 車
cháng tú gōng gòng chē

engine

機 器

jī qì

fire-engine

救 火 車

jiù huǒ chē

envelope

信 封

xìn fēng

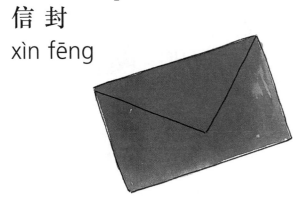

helicopter

直 升 機

zhí shēng jī

fax machine

傳 真 機

chuán zhēn jī

letter

信

xìn

ferry

渡 船

dù chuán

lift

電 梯

diàn tī

lighthouse
燈塔
dēng tǎ

oar
漿
jiǎng

lorry
卡車
kǎ chē

parachute
降落傘
jiàng luò sǎn

motorbike
摩托車
mó tuo chē

parcel
包裹
bāo guǒ

motorway
汽車道
qì chē dào

passenger
乘客
chéng kè

petrol pump
汽 油 站
qì yóu zhàn

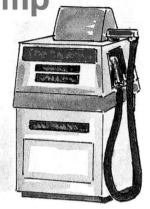

road
路
lù

platform
月 台
yuè tái

ship
大 輪 船
dà lún chuán

police car
警 察 車
jǐng chá chē

stamp
郵 票
yóu piào

racing car
賽 車
sài chē

station
汽 車 站
qì chē zhàn

submarine
潛水艇
qiǎn shuǐ tǐng

telephone box
電話亭
diàn huà tíng

tanker
油槽車
yóu cáo chē

ticket
車票
chē piào

taxi
的士車
de shì chē

tractor
拖拉機
tuō lā jī

telephone
電話
diàn huà

traffic lights
交通燈
jiāo tōng dēng

trailer
拖車運
tuō chē yùn

train
火車
huǒ chē

tunnel
隧道
suì dào

van
大篷貨車
dà péng huò chē

wagon
鐵路貨車
tiě lù huò chē

wheel
輪
lún

wheelchair
輪椅
lún yǐ

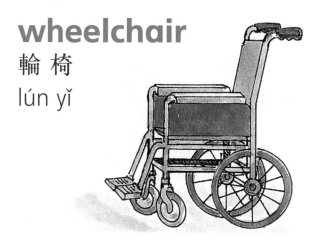

yacht
快艇
kuài tǐng

Tools and Machines

工 具 和
機 器

gōng jù hé jī qì

computer
電 腦
diàn nǎo

crane
起 重 機
qǐ zhòng jī

calculator
計 算 機
jì suàn jī

digger
挖 掘 機
wā jué jī

camera
照 相 機
zhào xiàng jī

drill
電 鑽
diàn zuàn

hammer
鐵鎚
tiě chuí

sewing machine
縫紉機
féng rèn jī

rake
耙子
bà zi

spade
鏟
chǎn

saw
鋸子
jù zi

spanner
板鉗
bān qián

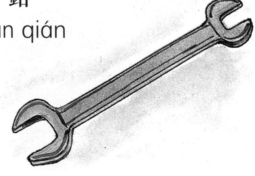

screwdriver
旋齒
xuán chǐ

typewriter
打子機
dǎ zì jī

Toys, Games and Musical Instruments

玩 具 遊 戲 和
音 樂 器 具

wán jù yóu xì
hé yīn yuè
qì jǔ

ball
球
qiú

balloon
汽 球
qì qiú

bat
球 棒
qiú bàng

bicycle
腳 踏 車
jiǎo tà chē

bricks
磚 塊
zhuān kuài

cards
紙 牌
zhǐ pái

chess
象 棋
xiàng qí

comic
連 環 圖 畫
lián huán tú huà

crayons
蠟 筆
là bǐ

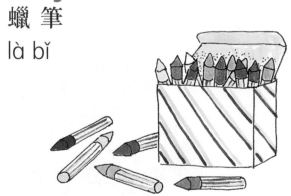

cricket
板 球
bān qiú

dancing
跳 舞
tiào wǔ

dice
骰 子
tóu zi

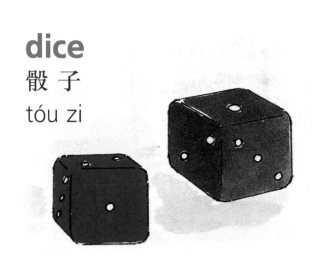

draughts
跳 棋
tiào qí

drum
鑼 鼓
luó gǔ

flute
長 笛
cháng dí

football
足 球
zú qiú

golf
高 爾 夫 球
gāo'ěr fū qiú

guitar
吉 他
jí tā

gymnastics
體 操
tǐ cāo

harp
豎 琴
shù qín

horse riding
騎 馬
qí mǎ

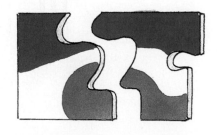

jigsaw
拼 板 玩 具
pīn bān wán jù

jumping
跳
tiào

kite
風 箏
fēng zhēng

mask
面 具
miàn jù

paintbrush
畫 筆
huà bǐ

paints
顏 色
yán sè

piano
鋼 琴
gāng qín

puppet
木 偶
mù ǒu

recorder
短 笛
duǎn dí

roller boots
溜 冰 鞋
liú bīng xiě

seesaw
蹺 板
qiào bǎn

roundabout
兒 圈 子
ér quān zi

skipping-rope
跳 繩
tiào shéng

rounders
圓 場 棒 球
yuán chǎng
bàng qiū

slide
滑 板
huá bǎn

running
跑
pǎo

swimming
游 泳
yóu yǒng

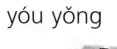

swing
秋 千
qiū qiān

table tennis
乒 乓 球
pīng pāng qíu

tambourine
鈴 鼓
líng gǔ

tennis
網 球
wǎng qiú

trombone
大 喇 叭
dà lǎ ba

trumpet
喇 叭
lǎ ba

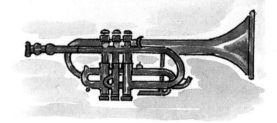

violin
小 提 琴
xiǎo tí qín

xylophone
木 琴
mù qín

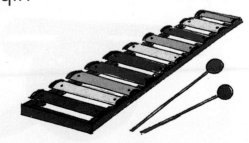

Fantasy and Imagination

幻 想 和
想 像

huàn xiǎng hé
xiǎng xiàng

castle
城 堡
chéng bǎo

circus
馬 戲 團
mǎ xì tuán

angel
天 使
tiān shǐ

clown
小 丑
xiǎo chǒu

cannon
大 炮
dà pào

crown
王 冠
wáng guān

dragon
龍
lóng

magician
魔術師
mó shù shī

ghost
鬼
guǐ

monster
怪物
guài wù

giant
巨人
jù rén

palace
宮殿
gōng diàn

king
國王
guó wáng

pirate
海盜
hǎi dào

prince
王 子
wáng zǐ

sword
劍
jiàn

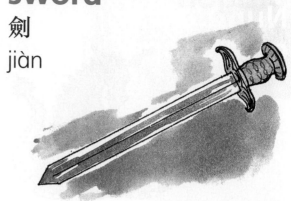

princess
公 主
gōng zhǔ

treasure
財 寶
cái bǎo

prison
監 牢
jiān láo

witch
女 巫
nǚ wù

queen
王 后
wáng hòu

wizard
男 巫
nán wù

Numbers and Shapes

數字和
形狀

shù zì hé
xíng zhuàng

five
五
wǔ

six
六
liù

seven
七
qī

eight
八
bā

one
一
yi

two
二
èr

nine
九
jiǔ

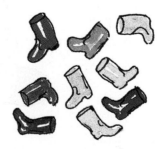

three
三
sān

four
四
sì

ten
十
shí

eleven
十 一
shí yi

twelve
十 二
shí èr

thirteen
十 三
shí sān

fourteen
十 四
shí sì

fifteen
十 五
shí wǔ

sixteen
十 六
shí liù

seventeen
十 七
shí qì

eighteen
十 八
shí bā

nineteen
十 九
shí jiǔ

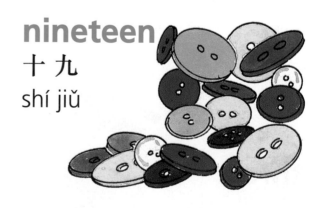

twenty
二 十
èr shí

80

circle
圓 形
yuán xíng

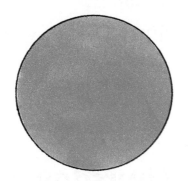

oval
橢 圓 形
tuǒ yuán xíng

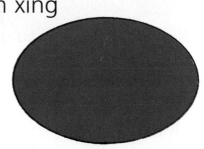

cube
立 方 形
lì fāng xíng

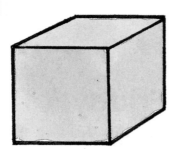

rectangle
長 方 形
cháng fāng
xíng

cylinder
圓 柱 體
yuán zhù tǐ

square
四 方 形
sì fāng xíng

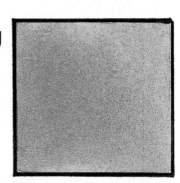

diamond
鑽 石 形
zuàn shí xíng

triangle
三 角 形
sān jiǎo xíng

Time

時 間

shí jiān

Monday
星 期 一
xīng qī yī

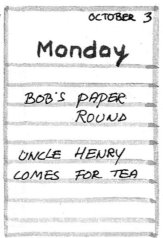

Tuesday
星 期 二
xīng qī èr

Wednesday
星 期 三
xīng qī sān

Thursday
星 期 四
xīng qī sì

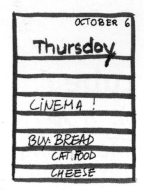

Friday
星 期 五
xīng qī wǔ

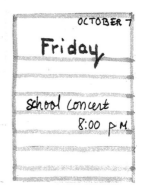

Saturday
星 期 六
xīng qī liù

Sunday
星 期 日
xīng qī rì

January
一 月
yī yuè

February
二 月
èr yuè

March
三 月
sān yuè

April
四 月
sì yuè

May
五 月
wǔ yué

June
六 月
liù yuè

July
七 月
qī yuè

August
八 月
bā yuè

September
九 月
jiǔ yuè

October
十 月
shí yuè

November
十 一 月
shí yī yuè

December
十 二 月
shí èr yuè

daytime
白 天
bái tiān

afternoon
下 午
xià wǔ

night-time
夜 間
yè jiān

evening
傍 晚
bāng wǎn

morning
早 上
zǎo shàng

sunrise
日 出
rì chū

midday
中 午
zhōng wǔ

sunset
日 落
rì luò

o'clock
點 鐘
diǎn zhōng

breakfast
早 餐
zǎo cān

half-past
半 小 時
bàn xiǎo shí

lunch
午 餐
wǔ cān

quarter-past
過 一 刻 鐘
guò yī kè zhòng

tea
茶 點
chá diǎn

quarter to
差 一 刻 鐘
chā yī kè zhōng

supper
晚 飯
wǎn fàn

Colours

顏 色

yán sè

black
黑 色
hēi sè

blue
藍 色
lán sè

gold
金 色
jīn sè

brown
褐 色
hè sè

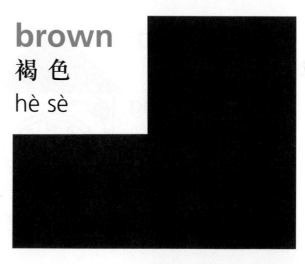

silver
銀 色
yín sè

green
綠 色
lǜ sè

grey
灰色
huī sè

red
紅色
hóng sè

orange
橙色
chéng sè

violet
紫羅藍色
zǐ luó lán sè

pink
粉紅色
fěn hóng sè

white
白色
bái sè

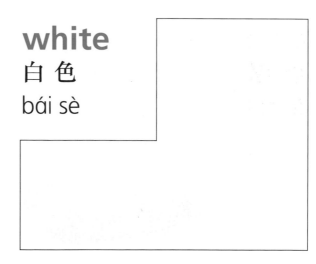

purple
紫色
zǐ sè

yellow
黃色
huáng sè

Adjectives

形 容 詞

xíng róng cí

back
後 面
hòu miàn

front
前 面
qián miàn

clean
清 潔
qīng jié

dirty
骯 髒
ang zāng

cold
冷
lěng

hot
熱
rè

empty
空
kōng

full
滿
mǎn

fast
快
kuài

slow
慢
màn

happy
快 樂
kuài lè

sad
悲 哀
bēi aī

heavy
重
zhòng

light
輕
qīng

large
大
dà

small
小
xiǎo

long
長
cháng

short
短
duǎn

narrow
狹 窄
xiá zhǎi

wide
寬
kuān

old
老
lǎo

young
年 輕
nián qīn

Word list

Aa

acrobat	53
aeroplane	61
afternoon	84
airport	61
ambulance	61
angel	76
ankle	4
apple	29
April	83
apron	4
arm	4
artist	53
August	83
autumn	48

Bb

baby	14
back	4, 88
badge	4
badger	38
baker	53
ball	70
balloon	61, 70
banana	29
bandage	14
bank	58
barge	61
bat	70
bath	14
battery	14
bear	38
bed	14
beetle	38
bell	14
belt	4
bicycle	61, 70
bird	38
biscuit	29

black	86
blouse	5
blue	86
boat	62
book	15
boots	5
bottle	15
bowl	15
boy	15
bread	29
breakfast	85
bricks	70
bridge	62
brother	15
brown	86
brush	15
bucket	15
buckle	5
builder	53
bus	62
bush	46
businessman	53
butcher	53
butter	29
butterfly	38
buttons	5

Cc

cabbage	29
cactus	46
cake	30
calculator	68
calendar	15
camel	38
camera	68
cannon	76
canoe	62
cap	5
car	62
caravan	62
cardigan	5

cards	70
car park	62
carpenter	54
carpet	16
carrot	30
castle	76
cat	39
caterpillar	39
cauliflower	30
cave	50
cereal	30
chair	16
chapatti	30
cheek	5
cheese	30
cherry	30
chess	71
chest	5
children	16
chimney	16
chin	6
chocolate	30
church	58
cinema	58
circle	81
circus	76
clean	88
cliff	50
clock	16
cloud	48
clown	76
coach	62
coat	6
coffee	31
cold	88
comet	52
comic	71
computer	68
cook	54
cooker	16
cow	39
crab	39

crane	68
crayons	71
cream	31
cricket	71
crisps	31
crocodile	39
crown	76
cube	81
cucumber	31
cup	16
cupboard	16
curtains	17
cushion	17
cylinder	81

Dd

daffodil	46
daisy	46
dancing	71
daughter	17
Days of the week:	82
daytime	84
December	83
deer	39
dentist	54
desert	50
diamond	81
dice	71
digger	68
dirty	88
dishwasher	17
diver	54
doctor	54
dog	39
dolphin	39
donkey	40
door	17
dragon	77
draughts	71
drawer	17
dress	6
drill	68
drum	71
duck	40
dustbin	17

Ee

eagle	40
ear	6
earring	6
Earth	52
earthquake	50
egg	31
eight	79
eighteen	80
elbow	6
electrician	54
elephant	40
eleven	80
empty	89
engine	63
envelope	63
evening	84
eye	6
eyebrow	6

Ff

face	7
factory	58
farm	58
farmer	54
fast	89
father	17
fax machine	63
February	83
fence	18
ferry	63
fifteen	80
finger	7
fire	18
fire-engine	63
fire-fighter	54
fire station	58
fish	31, 40
fisherman	55
five	79
flood	48
floor	18
flour	31
flower	46
flute	72

fly	40
fog	48
foot	7
football	72
forest	46
four	79
fourteen	80
fox	40
Friday	82
frog	40
front	88
full	89

Gg

garage	18
garden	18
gardener	55
gate	18
ghost	77
giant	77
giraffe	41
girl	18
glass	18
glasses	7
gloves	7
glue	19
goat	41
gold	86
goldfish	41
golf	72
goose	41
gorilla	41
grandfather	19
grandmother	19
grapefruit	31
grapes	32
grass	47
green	86
grey	87
guinea-pig	41
guitar	72
gymnastics	72